CARBONTHONGS

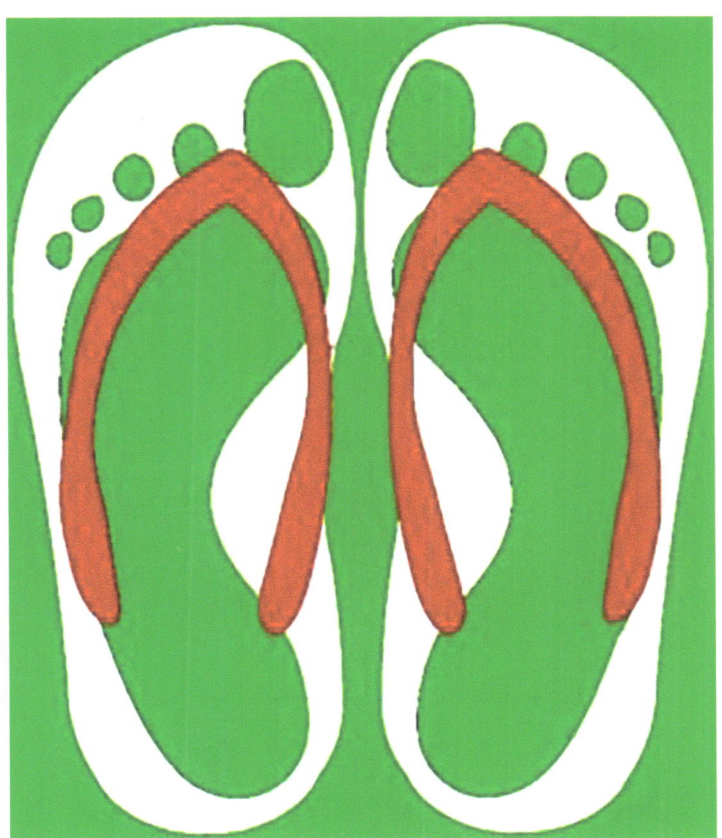

100% PANGKALIKASAN

Ipinagmamalaki ni Terry na maging bahagi ng Green Powered Trams sa ating Melbourne network. Siya ay gumagamit na ngayon ng malinis at nababagong kuryente mula sa enerhiya ng araw. Ang buong tram network ng Melbourne ngayon ay 100 porsiyentong pinapagana ng nababagong enerhiya, salamat sa dalawang solar farms sa Victoria. Ang Foresight Solar Fund ang nagbibigay ng kuryente sa buong armada ng Melbourne, na binubuo ng 450 trams sa 28 linya.

Carbon Thongs™ ay isang logo na ginagamit upang magpakita ng impormasyon tungkol sa mga kalakal at serbisyo na nagbibigay ng ideya sa mga mamimili tungkol sa carbon footprint ng produktong o serbisyong ginagamit nila. Ang carbon footprint thong ay may kulay berde at itim, na may porsiyentong sukatan upang ipakita ang epekto sa kapaligiran ng produktong o serbisyong iyon.

Mag-isip na parang pasahero

"Upang itaguyod at suportahan ang kahusayan sa paglalakbay gamit ang pampublikong transportasyon sa Victoria."

Ang pangunahing prinsipyo ni Keolis Downer ay ang "mag-isip na parang pasahero," na naglalayong gawing pinakamasayang karanasan sa paglalakbay ang iyong biyahe. Nagbibigay sila ng isang holistikong pamamaraan sa paggamit ng Public Transport Victoria (PTV), tinitiyak na ang lahat ng pasahero ay makagagawa ng may kaalamang mga pagpili, magkaroon ng akses sa maaasahang serbisyo, tamasahin ang isang ligtas o 'Zero Harm' at malinis na kapaligiran sa paglalakbay, at makatanggap ng magandang serbisyo.

Terry Tram At Mga Kaibigan!

RENA GLENNON

Ordering Information:

Prime Seven Media
518 Landmann St.
Tomah City, WI 54660

Printed in the United States of America

Sertipiko ng **myki** Kahusayan

86) To Bundoora RMIT

- 27 Westgarth St ♿
- 26 Walker St ♿
- 25 Clifton Hill Interchange
- 23 Wellington St ♿
- 22 Grant St* ♿
- 21 Alexandra Pde*
- 20 Keele St
- 19 Johnston St
- 13 Brunswick St
- 12 Melbourne Museum*
- 11 Victoria Pde*
- 10 Parliament Station ♿
- 4 Bourke St Mall ♿
- 1 Southern Cross Station ♿

86) To Waterfront City Docklands

Routes and symbols

- **86** Tram route number
- ● Tram lines
- ●—● Train connection
- ☾ Night Network
- ♿ Accessible tram stop
- No trams
- Tram replacement bus

Not to scale, not all stops shown
* Replacement buses will not service these stops

Ang holistikong pamamaraan ay nakakatulong sa pang-ekonomiya at pang-kapaligirang pagpapanatili ng ating lungsod, pati na rin sa pagpapalakas ng ating mga lokal na komunidad.Nais naming ang lahat ng pasahero ay makaramdam ng kumpiyansa sa paggamit ng network, lalo na sa iba't-ibang ruta o sa mga hindi pamilyar na lugar. Malalaman ng mga pasahero kung saan bibili ng tiket, ang pinakamalapit na hintuan, at malalaman kung kailan darating ang susunod na biyahi ng tram.

Makikipagtulungan kami sa gobyerno, Public Transport Victoria, at iba pang mga operator ng transportasyon upang magbigay ng sistematikong serbisyo ng transportasyon para sa mga tao ng Melbourne.

Itago ang iyong **MYKI**

Ligtas sa bulsang ito

REUSE

again and again on all Trams, Trains and Buses in Melbourne and Country Victoria

MULING GAMITIN

ng paulit-ulit sa lahat ng Trams, Tren, at mga Bus sa Melbourne at sa Kanayunan ng Victoria.

Hi, I'm Lenny the Tram Driver, Terry the Tram and I, are going to take you on a marvellous journey, along Route 86, let's get ready........

Kumusta, ako si Lenny ang Tram Driver. Ako at si Terry Tram ay dadalhin kayo sa isang kamangha-manghang paglalakbay sa Route 86. Maghanda na tayo!

Before you go to the tram stop, lets do a quick check,

✓ Bag

✓ Hat

✓ MYKI card

Terry and I'll be along soon. Keep an eye out and you'll see us coming, along the track.

Bago ka pumunta sa hintuan ng tram, gawin muna natin ang isang mabilis na pagsusuri:

✓ Bag

✓ Sumbrero

✓ MYKI card

Ako at si Terry ay dadating na sa hindi katagalan. Magmasid ka, at makikita mo kami na paparating sa riles.

Look, Terry Tram is not far away. He is as big as an asphalt tip truck, bigger than a car and as strong and heavy, as a big, horned rhinoceros.

But, stay back till he gets here. Don't walk out yet.

Tingnan mo, malapit na si Terry Tram. Siya ay kasing laki ng isang truck ng aspalto, mas malaki pa sa kotse, at kasing lakas at bigat ng isang malaking rhinoceros na may malaking sungay.

Pero manatili ka muna sa likod hanggang sa siya ay dumating. Huwag ka munang tumayo.

Soon, Terry will be right here. Let's look out for cars, bicycles and motorbikes, to make sure they have completely, stopped. The lights are flashing orange. Time to approach Terry the Tram.

Lenny the driver has opened his doors. Board quickly.

Sa hindi katagalan, dadating na si Terry. Mag-ingat tayo sa mga sasakyan, bisikleta, at motorsiklo upang matiyak na sila ay tuluyang huminto. Ang mga ilaw ay kumikislap na ng kulay kahel. Panahon na para lapitan si Terry Tram.

Binuksan na ni Lenny ang mga pinto. Sumakay agad.

Tap your MYKI on the handi – hand.

Bing- Successful Touch On.
Choose a nice window seat and sit on a comfy green chair.

I-tapat ang iyong MYKI sa "hand-held device."

Bing—Matagumpay na Pagsalin.

Pumili ng magandang upuan sa bintana at umupo sa komportableng berdeng upuan.

There may be many people on the tram. Some will be reading, others listening to music or catching up, with friends. Gazing out the window, at all the sights, is so exciting. There is so much fun to be had, riding on TerryTram.

Maraming tao ang maaaring nasa tram. Ang iba ay nagbabasa, ang iba ay nakikinig sa musika o nakikipagkwentuhan sa mga kaibigan. Napakasayang magmasid sa labas ng bintana at makita ang lahat ng tanawin. Maraming masasayang kaganapan ang pagsakay kay Terry Tram.

Hey, there's Lenny the tram driver. He sits in his own seat and looks very happy. His cabin has many buttons and knobs but where is his steering wheel? How does Terry go around corners?

Huy! Nandiyan si Lenny ang tram driver. Nakasalampak na siya sa sarili niyang upuan at mukhang masaya. Maraming mga pindutan at knobs sa kanyang kabin, pero nasaan ang kanyang manibela? Paano si Terry makakamaniobra sa mga kanto o eskina?

Oh! he rides on his tracks. The tracks are made of steel and always stuck in the ground. Terry can only travel where there are tracks and overhead electrical power.

Ah! Siya ay dumadaan sa kanyang mga riles. Ang mga riles ay gawa sa bakal at palaging nakabaon sa lupa. Si Terry ay makakapaglakbay lamang sa mga lugar na may mga riles at linya ng cable wire sa ibabaw.

If a car in on the tracks, Terry has to stop and wait. He cannot go around and he cannot push past. We all have to wait for the tracks to clear, before we can move forward again.

And on we go again... go Terry go...

Kung may sasakyan sa mga riles, kailangan huminto at maghintay ni Terry. Hindi siya makakapag-ikot o makakapagpatakbo. Kailangan naming lahat na maghintay hanggang sa malinis na ang mga riles bago kami makapagpatuloy.

At heto na tayo... tara, Terry, tara...

Route 86 will turn right off Smith St and into Gertrude Street. At Stop 14, you'll see the Fitzroy 20 storey flats. They are tall and look like a Lego building. They were built in the 1960s. First, they dug a deep hole, as deep as they are high. Then a big crane lifted each panel up, one by one, piece by piece and placed them into position.

Ang Route 86 ay kakanan mula sa Smith St at papasok sa Gertrude Street. Sa Stop 14, makikita mo ang Fitzroy 20-palapag na mga gusali. Mataas sila at tila parang Lego na gusali. Itinayo sila noong dekada 1960. Una, naghukay sila ng isang butas na kasing lalim ng taas ng gusali. Pagkatapos, gumamit sila ng malaking crane upang iangat ang bawat panel, isa-isa, piraso-piraso, at ilagay ito sa tamang pwesto.

Keep an eye out for your hop off Tram stop. It is written on the Tram stop sign, way up high! All the tram stops are the same colours and have their own number, to let you know where you are. Here's Stop 13 on the corner of Gertrude Street and Brunswick Street, Fitzroy.

Magmasid ka para sa iyong hintuan ng tram kung saan ka bababa. Nakasulat ito sa sign ng hintuan ng tram, sa taas! Ang lahat ng hintuan ng tram ay may parehong kulay at sariling numero upang malaman mo kung nasaan ka. Narito ang Stop 13, na nasa kanto ng Gertrude Street at Brunswick Street sa Fitzroy.

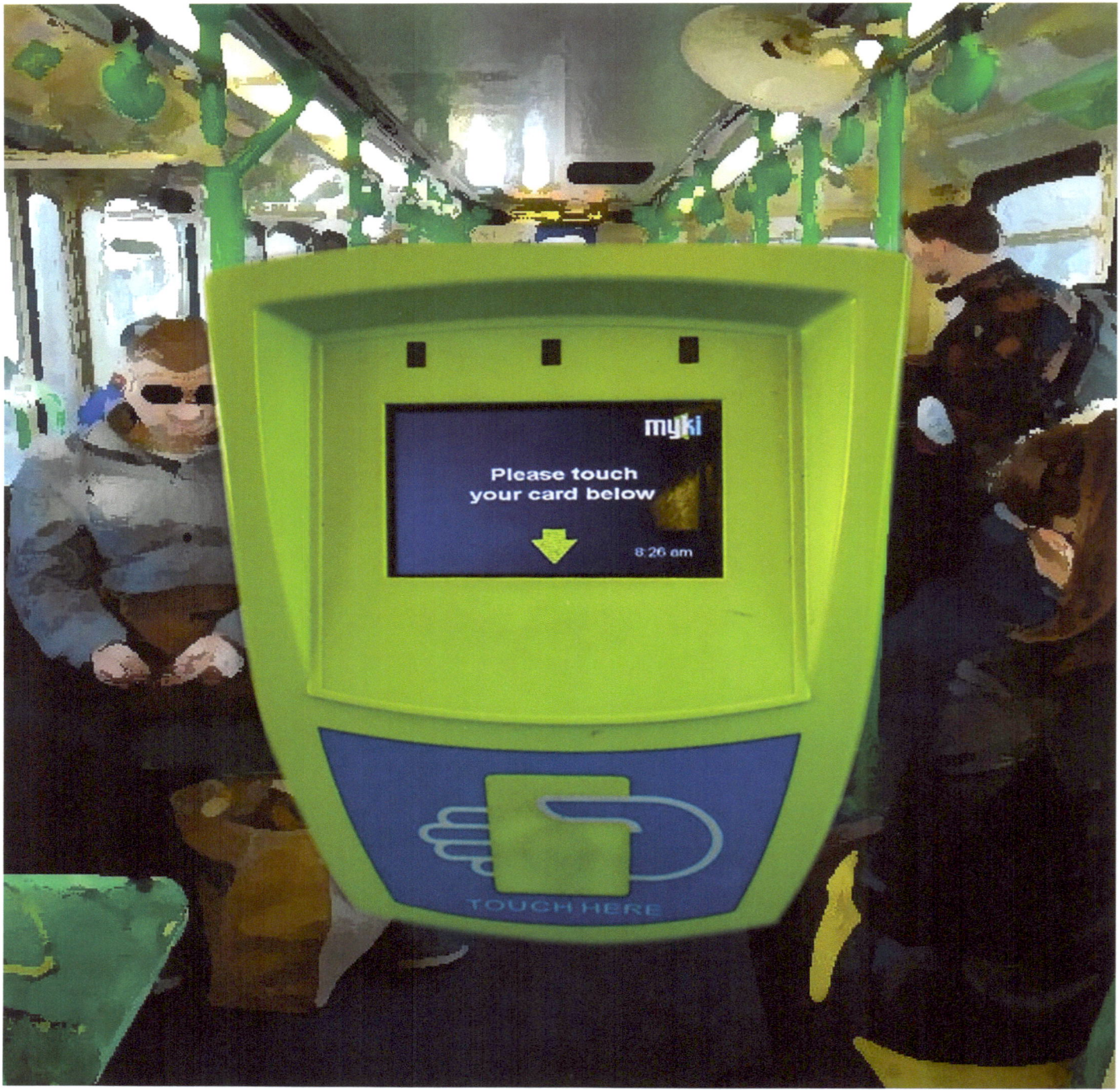

Before you leave the tram, check that you have all your belongings. Don't forget to Touch Off with your MYKI card. Make your way to the exit door and wait, for the Tram to stop.

Bago ka bumaba ng tram, tiyakin mong nasa iyo ang lahat ng iyong mga gamit. Huwag kalimutan na i-tapat ulit ang iyong MYKI card. Magtungo sa pinto ng labasan at maghintay na huminto ang tram.

Lenny the Tram driver, will stop at the Tram stop and the Red traffic lights. The doors will open, check all is clear and you can leave the tram safely! Everybody waits for the traffic lights. Terry waits, cars wait, bicycles wait. When the lights go Green, farewell Terry with a hearty, *"Go!! Terry!"*

Hihinto si Lenny ang tram driver sa hintuan ng tram at sa pulang ilaw ng trapiko. Magbubukas ang mga pinto; tiyakin mong malinaw ang paligid bago ka umalis ng tram nang ligtas! Lahat ay naghihintay sa traffic lights—naghihintay si Terry, naghihintay ang mga sasakyan, naghihintay ang mga bisikleta.Kapag ang mga ilaw ay naging berde, magpaalam kay Terry ng masiglang, "Paalam, Terry!"

Fitzroy has many historical sights and I enjoy the walk to the corner of Brunswick St and Victoria Parade. I walk past the Greek Agean Tavern, The Catholic University and some lovely terraces. One has a big magnolia tree out front.

Maraming makasaysayang lugar sa Fitzroy, at nasisiyahan ako sa paglakad patungo sa kanto ng Brunswick St at Victoria Parade. Dumaan ako sa Greek Aegean Tavern, The Catholic University, at ilang magagandang terasa. Isa sa kanila ay may malaking puno ng magnolia sa harap.

It is very busy here. I can see St Patrick's Cathedral long spire stretching up to the clouds. The Eye and Ear hospital, St Vincent's hospital and the Old Melbourne Firestation Museum are here too. All on one corner.

Napaka-busy dito. Nakikita ko ang mataas na turo ng St. Patrick's Cathedral na umaabot hanggang sa mga ulap. Nandito rin ang Eye and Ear Hospital, St. Vincent's Hospital, at ang Old Melbourne Fire Station Museum—lahat ay nasa isang kanto.

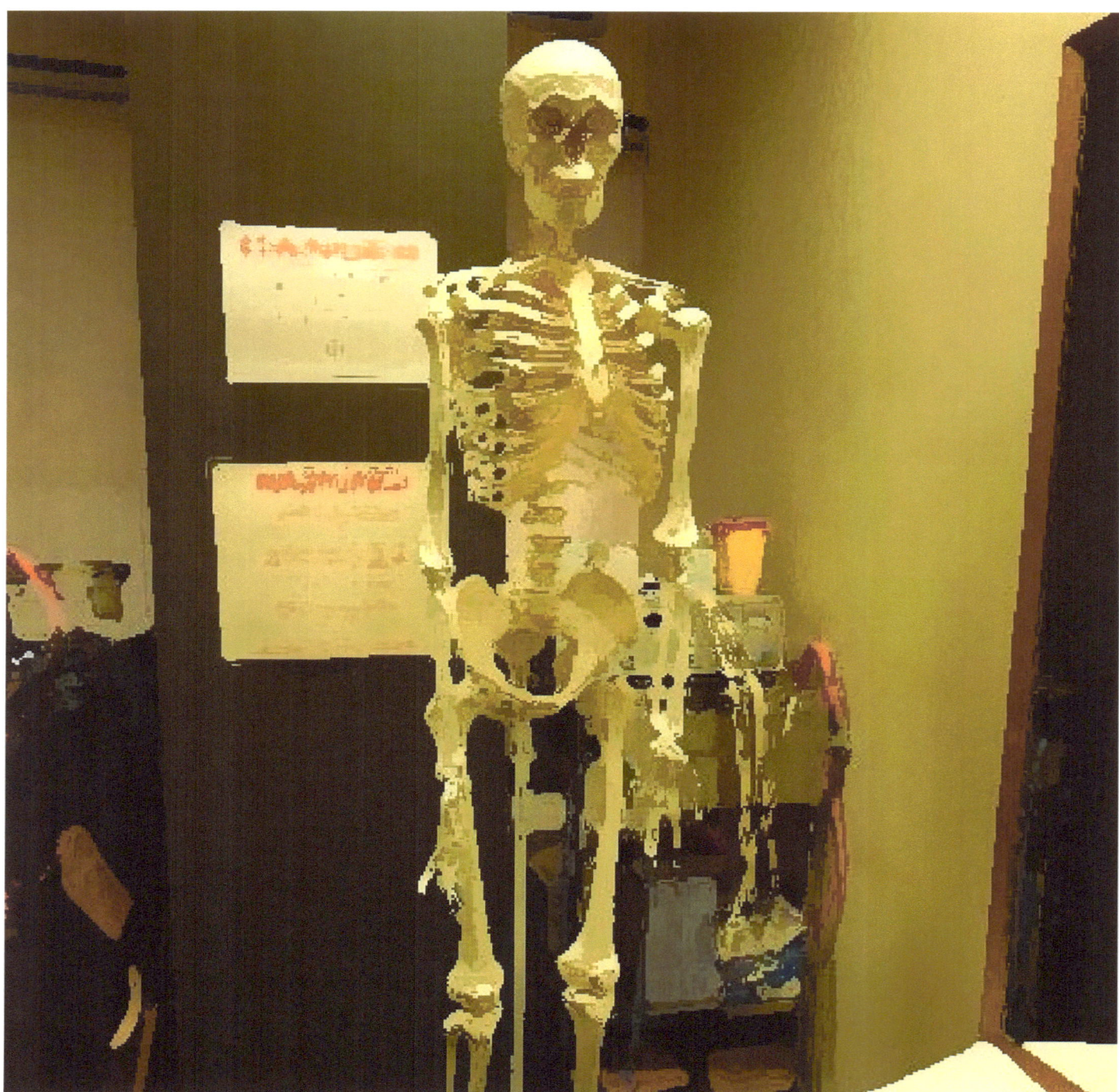

I arrive on time for my appointment with Dr Jawbone. The receptionist is waiting for me. "How do you do?", I ask when she calls me in to her doctor's surgery. There are always many interesting things to see there.

Dumating ako nang nasa saktong oras para sa aking appointment kay Dr. Jawbone. Naghihintay sa akin ang receptionist. "Kamusta?" tanong ko habang tinatawag niya ako sa opisina ng doktor. Palaging maraming kawili-wiling bagay na makikita doon.

The Response car, with its white, green
and orange panels, is always nearby,
should Terry need help, too!

The End

Ang sasakyang pangrespondi, na may
puti, berde, at kahel na mga panel,
ay kailanganin palaging malapit kung
sakaling kailangan ni Terry ng tulong!

Ang Wakas

SINOPSIS

"Isang Kapana-panabik na Paglalakbay kasama sina 'Terry Tram at mga Kaibigan' sa sulat ni Rena Glennon"

Maghanda para sa isang kakaibang paglalakbay kasama si 'Terry Tram at Mga Kaibigan,' isang kaakit-akit na libro na nagdadala sa mga batang mambabasa sa isang kapanapanabik na biyahe sa lungsod. Isinulat nang may kasiyahan at edukasyon sa isip, ang nakaka-engganyong kwentong ito ay ang perpektong gabay para sa mga magulang na nais ipakilala sa kanilang mga anak ang ligtas at kapana-panabik na paglalakbay sa mundo ng tram.

Sa "Terry Tram at mga Kaibigan," sinasamahan ng mga mambabasa ang kaibig-ibig na si Terry Tram habang siya ay naglalakbay sa isang serye ng mga kapanapanabik na paglalakbay sa lungsod. Mula sa mga abalang kalye hanggang sa mga magagandang ruta, iniikot ni Terry Tram ang bawat sulok ng urbanong tanawin, na nagbibigay sa mga batang mambabasa ng natatanging pananaw sa pampublikong transportasyon at buhay sa lungsod. Ngunit ang "Terry Tram at mga Kaibigan" ay higit pa sa isang kwento—ito ay isang komprehensibong gabay sa paglalakbay sa tram para sa mga bata. Puno ng impormasyon tungkol sa pampublikong transportasyon at iba pang pang-edukasyon na mga gawain, ang librong ito ay nag-aalok sa mga magulang ng masaya at interaktibong paraan upang turuan ang kanilang mga anak tungkol sa ligtas at responsableng paggamit ng tram.

Tungkol sa May-Akda

Si Rena Glennon ay nagmula sa Downunder, nagdadala ng kakaibang kumbinasyon ng mga talento at hilig sa mundo ng panitikan para sa mga bata. Bilang isang bilingguwal na Australianong Griyegong guro, humuhugot si Glennon mula sa iba't ibang impluwensyang kultural upang lumikha ng mga kwentong sumasalamin sa mga mambabasa mula sa lahat ng antas ng pamumuhay. Sa taglay na Master of Education mula sa Melbourne University, si Glennon ay malalim na nakatuon sa larangan ng edukasyon at naniniwala sa kapangyarihan ng pagkukuwento upang pukawin ang pagkatuto at pagkamausisa sa murang kaisipan.

Higit pa sa silid-aralan, si Lazar ay isang masugid na tagapagtaguyod ng pangangalaga sa kalikasan at pagpapanatili. Bilang isang Siyentipikong Biyolohikal, nagsusumikap si Glennon na pag-isahin ang mga komunidad sa layunin ng pagtatayo at pagpapanatili ng mga ekosistema at tirahan para sa mga susunod na henerasyon ng mga tao, hayop, at halaman. Isang masugid na tagasuporta ng independent media. Si Glennon ay isang mapagmalaking tagasubaybay ng RRR, na ipinaglalaban ang kahalagahan ng radyo na pinapatakbo ng komunidad at ang kapangyarihan ng pagkilos mula sa mga ugat ng lipunan.

Ang inspirasyon sa likod ng pagsusulat ng kahanga-hangang kwentong ito ay nagmula sa kapatid ng may-akda mula sa ibang ina, at siya ay nagsipi: 'Ang empatiya ay ang pagpiling makita ang ating sarili sa iba sa kabila ng ating mga pagkakaiba. Ito ay ang pagkilala na ang parehong pagkatao—ang parehong hangarin para sa kahulugan, kaganapan, at seguridad—ay umiiral sa bawat isa sa atin, kahit na ito ay ipinapahayag sa natatanging paraan.' - Vivek Murthy, ika-19 at ika-21 na Surgeon General ng Estados Unidos ng Amerika.

Ang 'Terry Tram at mga Kaibigan' ay kasingkahulugan ng kasiyahan, paglalakbay, at pakiramdam ng kalayaan. Ang maglagay ng ngiti sa mukha ng bawat bata ay isa sa kanyang pinakamalaking kaligayahan. Masaya, kumakanta, at masiglang mga bata ay maaaring maghatid ng pakiramdam ng kagalingan sa isang mundong madalas na mabagsik at puno ng hamon. Pinaglalapit ni Terry Tram ang mga tao at ang mga hindi inaasahang pangyayari. Ang pagsakay kay Terry Tram ay maaaring mag-anyaya sa iyo sa isang mundo ng mga bagong pakikipagsapalaran at karanasan. Bilang isang guro at magulang, binibigyan niya ng malaking kahalagahan ang pagtataguyod ng katatagan at panloob na lakas, upang mapalago ang kumpiyansa at hayaan itong lumago sa mga bata at matanda, pareho.

Ang lihim na kapangyarihan ni Terry Tram ay ang kanyang mahusay na pakiramdam ng komunidad at serbisyo. Ang pagiging nandiyan sa oras, sa bawat pagkakataon, upang dalhin ang mga pasahero sa kanilang destinasyon ay napakahalaga. Ang pagiging pasahero sa Terry Tram ay may potensyal na dalhin ka sa isang paglalakbay ng pagtuklas at hindi inaasahang pakikipagsapalaran. Maging bahagi ng kabataan at kumanta kasama ang kanyang jingle, habang tumitingin sa bintana, naglalakbay sa mga bagong mundo at mabilis na dumaan sa mga paboritong lugar sa iyong lungsod.

"Mensahe mula sa May-Akda"

Ang kaligtasan ay napakahalaga kapag naglalakbay sa Terry Tram at mga kaibigan niya, at sa lahat ng anyo ng pampublikong transportasyon. Habang nagbabago ang ating mundo at nagkakaroon ng mga bagong pangangailangan sa ating kapaligiran, kailangan ding umangkop ng mga mananakay at pasahero sa mga pagbabagong ito.

Ang bagong enerhiya ang magpapalakas sa paraan ng ating paglalakbay. Kaya, sumama ka at tuklasin ang mga bagong paraan upang makapaglibot sa iyong magandang lungsod. Maging maingat, humawak ng mahigpit at tamasahin ang iyong pagbiyahe habang umaabot sa iyong destinasyon. Pero sandali...ano ang nangyayari ngayon kay Terry Tram? Saan tayo pupunta ngayon? Sino ang sasama sa atin? Hindi ko inaasahan na mangyayari ito! WOW, tingnan mo kung ano ang natutunan ko ngayon! Ang saya...hindi ko na mahintay na sabihin ito sa aking mga kaibigan!

.... "Huwag kalimutan na gawin ang iyong takdang-aralin!"

"Ang mga nakaraang pampromosyong aktibidad para sa librong 'Terry Tram at mga Kaibigan' ay kinabibilangan ng:"

- Panayam sa TV kasama si G. Logan Crawford sa Prime Seven Media Spotlight, na nagbibigay sa mga manonood ng mga pananaw sa paglikha at mga tema ng libro. (Link sa Panayam ni Logan Crawford sa TV: https://www.youtube.com/watch?v=JaOprxji5R0)

- Pagkikipagtulungan sa pampromosyong aktibidad sa Katherine Royal Show sa Northern Territory, Australia, kung saan ang libro ay ipinakita sa isang malawak na madla, na higit pang pinalawak ang saklaw at kakayahang makita nito.

Ang mga pagsisikap na ito ay nakatulong sa pagpapataas ng kamalayan tungkol sa 'Terry Tram at mga Kaibigan' at paglikha ng interes sa mga potensyal na mambabasa.

Ang 'Terry Tram at mga Kaibigan' ay higit pa sa isang libro—ito ay isang masaya at kapaki-pakinabang na gabay na nagbibigay kapangyarihan sa mga bata na tuklasin ang mundo sa kanilang paligid nang ligtas at responsable. Sa pangunguna ni Terry Tram, tiyak na matutuklasan ng mga batang mambabasa ang mahika ng paglalakbay sa tram at ang mga kababalaghan ng lungsod. Ang 'Terry Tram and Mates' ay makukuha para sa pagbili sa mga online retailer sa buong mundo.

Yours sincerely,

Rena Lazarides Glennon
13/08/2024

Fun Stuff To Do: Miss Cactus Opunti's Travel Activities

G'day Travellers, your Tram Teacher, Miss Opunti has some fun learning tasks for you to complete along your journey. Have a go yourself, then, flip to the back of the book and check your answers. You Can Do It !

FORCES QUESTIONS: **FORCES** that work on objects including Terry Tram are **Push** and **Pull**:

A — Acts on the ball

B — Acts on the fish

C — Acts on the cart

D — Acts on the dog

E — Acts on the wheelborrow

F — Acts on the sock

Check your Answers:

Forces ANSWERS:

- Starting and object moving =E
- Stopping and object moving = D
- Changing the direction of movement= A
- Balancing another force,
  and preventing movement = F
- Bending an object = B

Liveability Crossword

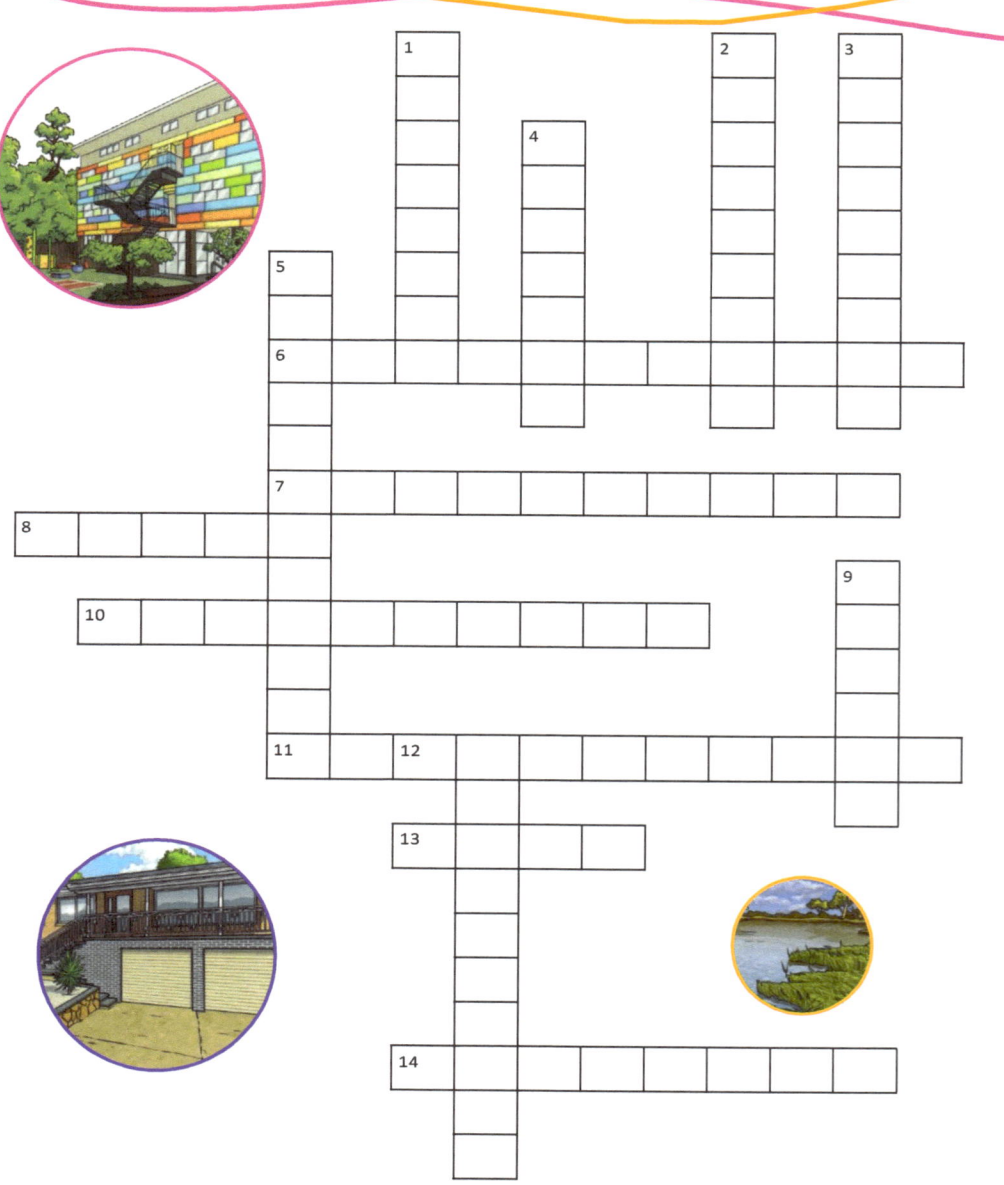

Across

6 How much you spend is known as your _____.

7 The quality of the natural environment depends on 5 key elements, including
_____.

8 The _____ environment refers to any human-made structure, facility or service.

9 Access to _____ housing is an indicator of the liveability of the built
environment.

10 A term that describes a community's quality of life is _____.

11 How much it costs to pay for necessities like food, rent, bills and transport is known
as the _____ of living.

12 Financial stability refers to _____ wellbeing.

Down

1 An example of the natural environment is a _____.

2 Social _____ refers to how safe and happy people feel within their community.

3 The most liveable places in the world provide quality _____ to all citizens.

4 _____ wages are controlled by governments to protect workers and
ensure they are paid enough to cover the cost of living.

5 The liveability of a place is affected by how accessible places of cultural,
entertainment and _____ importance are to the people who
live there.

9 A liveable community is one where people feel connected and safe, and where the
_____ is spread evenly throughout the community.

12 The liveability of a place can be broken down into 3 key areas: social wellbeing,
economic wellbeing and _____ wellbeing.

Liveability Crossword **Answers**

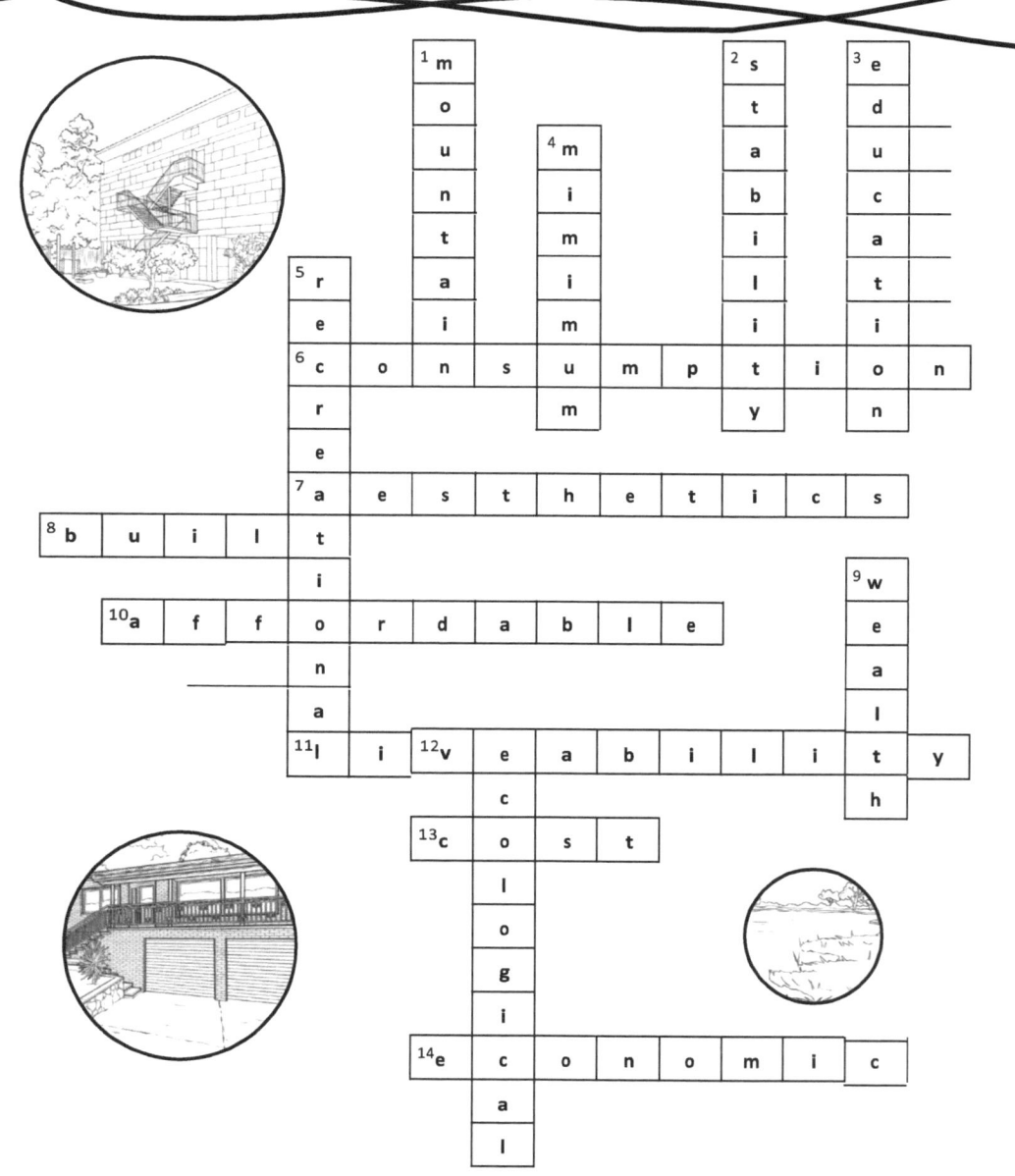

Across

6. consumption
7. aesthetics
8. built
10. affordable
11. liveability
13. cost
14. economic

Down

1. mountain
2. stability
3. education
4. minimmim
5. recreation / crree
9. wealth
12. ecological

Across

(6) How much you spend is known as your **consumption**.

(7) The quality of the natural environment depends on 5 key elements, including **aesthetics**.

(8) The **built** environment refers to any human-made structure, facility or service.

(9) Access to **affordable** housing is an indicator of the liveability of the built environment.

(10) A term that describes a community's quality of life is **liveability**.

(11) How much it costs to pay for necessities like food, rent, bills and transport is known as the **cost** of living.

(12) Financial stability refers to **economic** wellbeing.

Down

(1) An example of the natural environment is a **mountain**.

(2) Social **stability** refers to how safe and happy people feel within their community.

(3) The most liveable places in the world provide quality **education** to all citizens.

(4) **Minimum** wages are controlled by governments to protect workers and ensure they are paid enough to cover the cost of living.

(5) The liveability of a place is affected by how accessible places of cultural, entertainment and **recreational** importance are to the people who live there.

(9) A liveable community is one where people feel connected and safe, and where the **wealth** is spread evenly throughout the community.

(12) The liveability of a place can be broken down into 3 key areas: social wellbeing, economic wellbeing and **ecological** wellbeing.